yukibooks.com/b/

baby

em bé

boy

trai

friends

bạn bè

girl

gái

smile

cười

cry

khóc

hair

tóc

eye

mắt

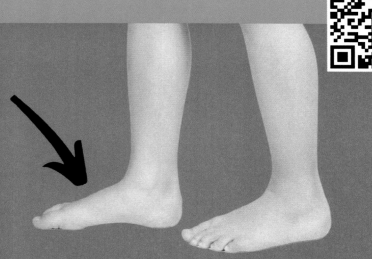

foot

chân

hand

tay

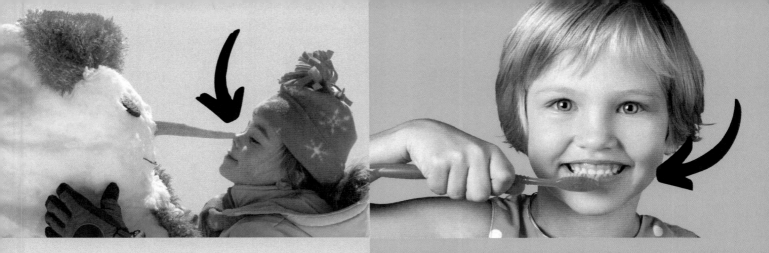

nose

mũi

teeth

răng

ear

tai

tongue

lưỡi

sun

mặt trời

moon

mặt trăng

star

ngôi sao

tree

cây

bird

chim

coat

áo khoác

pants

quần dài

dress

váy

shoes

giày

red

đỏ

blue

xanh lơ

yellow

vàng

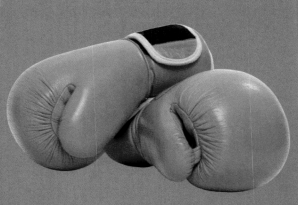

pink

hồng

white

trắng

green

xanh lá

black

đen

multicolored

nhiều màu

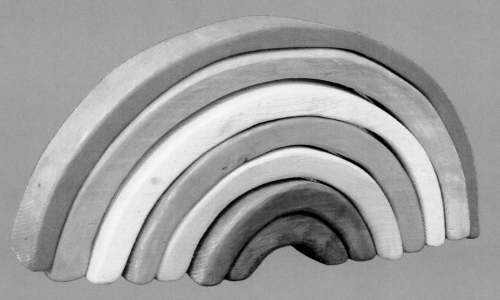

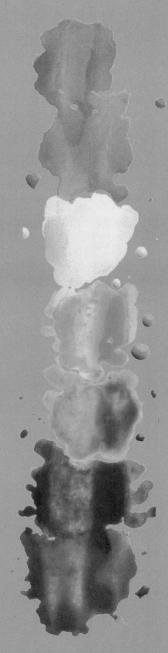

rainbow
cầu vồng

apple

táo

banana

chuối

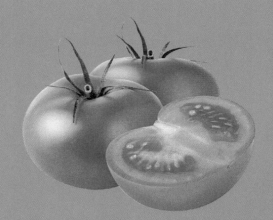

tomato

cà chua

orange

cam

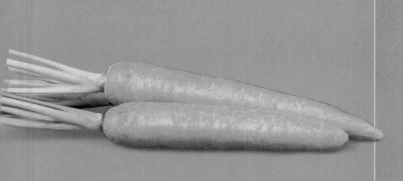

carrot

cà rốt

peas

đậu hà lan

potato

khoai tây

corn

ngô

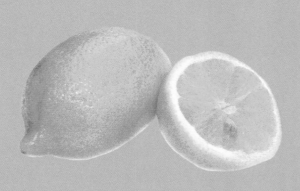

lemon

chanh

grapes

nho

pear

lê

watermelon

dưa hấu

zucchini

bí ngòi

egg

trứng

mushroom

nấm

square

hình vuông

circle

hình tròn

rectangle

hình chữ nhật

triangle

tam giác

cat

mèo

dog

chó

fish

cá

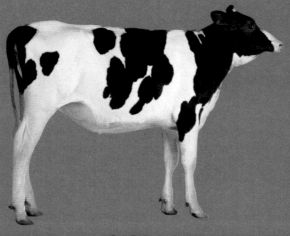

cow

bò

duck

vịt

chick

gà con

hen

gà mái

frog

ếch

pig

lợn

rabbit

thỏ

mouse

chuột

horse

ngựa

sheep

cừu

flower

hoa

butterfly

bươm bướm

ladybug

bọ rùa

snail

ốc sên

cake

bánh

bread
bánh mì

clock

đồng hồ

key

chìa khóa

book

sách

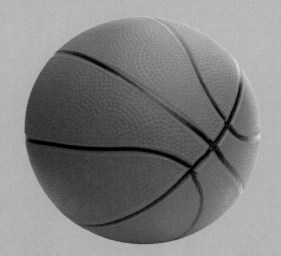

ball

bóng

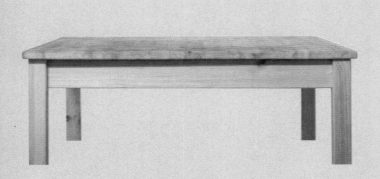

table

bàn

plate

đĩa

chair

ghế

high chair

ghế cao

fork

nĩa

knife

dao

spoon

thìa

cup

tách

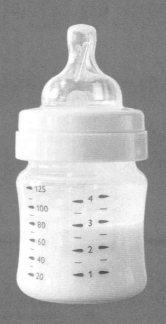

baby bottle

bầu sữa

glass

cốc

bed

giường

crib

giường cũi

teddy bear

gấu bông

pacifier

núm vú giả

towel

khăn tắm

sink

bồn tắm

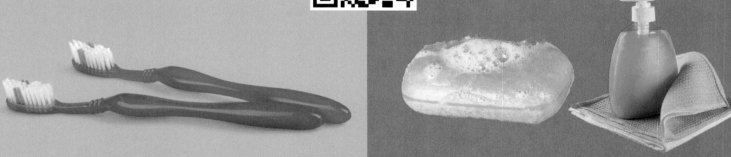

toothbrush

bàn chải đánh răng

soap

xà phòng

toilets

bồn cầu

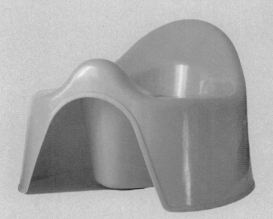

potty

bô

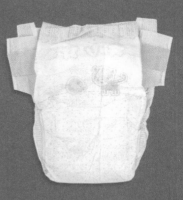

diaper

tã

car

xe ô tô

bike

xe đạp

plane

máy bay

boat

thuyền

firetruck

xe cứu hỏa

train

tàu hỏa

toys

dồ chơi

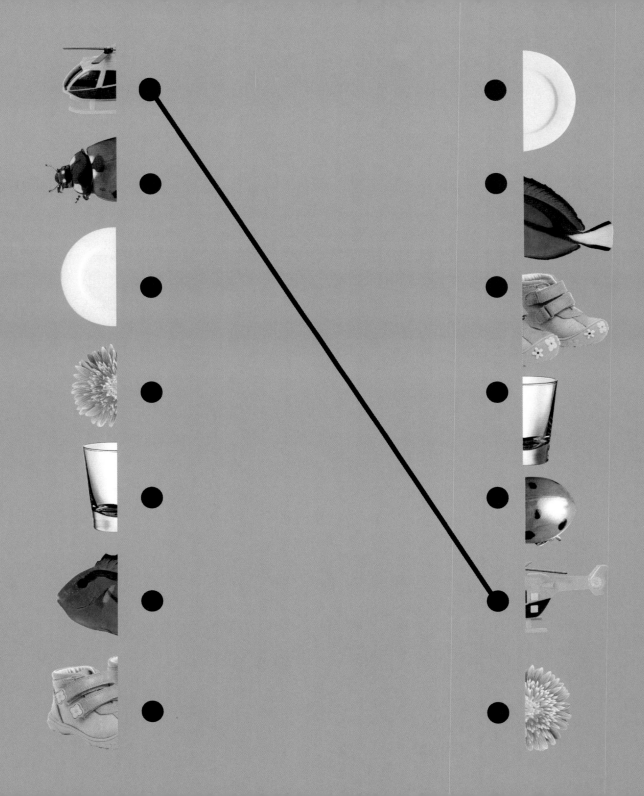